ಅವ್ವ
The Strength

ಡಾ|| ರಘುನಂದನ ಶೇಖರಪ್ಪ

Copyrights © 2020 ಡಾ|| ರಘುನಂದನ ಶೇಖರಪ್ಪ

All rights reserved. No part of this book may be reproduced, stored, or transmitted by any means-whether auditory, graphical, mechanical, or electronic-without written permission of the author. Any unauthorized reproduction of any part of this book is illegal and is punishable by law.

To the maximum extent permitted by law, the author and publisher disclaim all responsibility and liability to any person, arising directly or indirectly from any person taking or not taking action based on the information available in this publication.

ISBN 13: 978-93-90025-73-2
ISBN 10: 93-90025-73-7

Printed in India and published by BUUKS

ಮುನ್ನುಡಿ

'ಅವ್ವ' ಎಂದರೆ ತಾಯಿ ಎಂದರ್ಥ. ತಾಯಿಯೆಂಬ ಸಂಬಂಧದ ಶ್ರೇಷ್ಠತೆ ಬೇರೆ ಯಾವುದೇ ಸಂಬಂಧಕ್ಕಿಂತ ಎತ್ತರವಾದದ್ದು. ನನ್ನ ಜೀವನದಲ್ಲಿ ತಾಯಿ ಎಂದರೆ ನನ್ನ ಅಮ್ಮ ಶ್ರೀಮತಿ ಟಿ.ನಳಿನಿ ಮತ್ತು ನನ್ನ ಅವ್ವ (ಅಜ್ಜಿ) ಲೇಟ್ ಶ್ರೀಮತಿ ನಾಗರತ್ನಮ್ಮನವರು. ಈ ಪುಸ್ತಕವನ್ನು ಅವರ ಹೆಸರಿಗೆ ಮುಡಿಪಾಗಿಡಲು ಇಚ್ಚಿಸುತ್ತೇನೆ.

'ಅವ್ವ 'ಎನ್ನುವ ಕವನದಿಂದ ಪ್ರಾರಂಭವಾಗುವ ಈ ಸಂಕಲನವು 'ಅಪ್ಪ' ಎಂಬ ಕವನದಿಂದ ಕೊನೆಗೊಳ್ಳುತ್ತದೆ.ನನ್ನ ಜಗತ್ತಿನ ಆದಿ ಮತ್ತು ಅಂತ್ಯ ನನ್ನ ಹೆತ್ತವರು ಎಂಬುದು ಇದರ ಉದ್ದೇಶ. ನಡುವೆ ಅನೇಕ ವಿಷಯಗಳು, ಸಂದರ್ಭಗಳು , ಹಬ್ಬಗಳು ವ್ಯಕ್ತಿಗಳು ಬಂದು ಹೋಗುತ್ತವೆ. ಈ ಕವನ ಸಂಕಲನವು ನಾನು ಆಗಾಗ ಸಿಕ್ಕ ಸಮಯದಲ್ಲಿ ಬರೆದ ಕವಿತೆಗಳು , ವಿಚಾರಗಳು ಮತ್ತು ಶುಭಾಷಯಗಳನ್ನೊಳಗೊಂಡಿದೆ.

ಮೊದಲನೆಯದಾಗಿ ನನ್ನ ತಂದೆಯವರಾದ ಶ್ರೀ ವೈ. ಶೇಖರಪ್ಪನವರಿಗೆ ಧನ್ಯವಾದಗಳನ್ನರ್ಪಿಸುತ್ತೇನೆ. ನನ್ನ ಪ್ರತಿಯೊಂದು ಅವತಾರವನ್ನು ಕೂಲಂಕುಷವಾಗಿ ಪರಿಶೀಲಿಸಿ, ನನ್ನನ್ನು ಅಲ್ಲಲ್ಲಿ ತಿದ್ದಿ ಹುರುಪುಗೊಳಿಸಿದವರಿವರೇ. ನನ್ನ ಮಡದಿ ಡಾ.ಗೀತಾಂಜಲಿ, ನನ್ನ ಮಗಳು ಭಾರ್ಗವಿ ರಘುನಂದನ ಮತ್ತು ನನ್ನ ತಂಗಿ ಡಾ. ಸಂಗೀತ, ಇವರುಗಳಿಲ್ಲದೆ ನಾನೇನಲ್ಲ.

ನನ್ನ ಗುರುಗಳಾದ ಗುರು ದ್ರಿಷ್ಟ ಪಂಡಿತ ಆಚಾರ್ಯ ಡಾ.ಟಿ ಮಂಜುನಾಥರವರು, ನನಗೆ ಕನ್ನಡದ ಮಹತ್ವ ಮತ್ತು ಮಹಿಮೆ ತಿಳಿಸಿಕೊಟ್ಟ ಮಹಾನ್ ಪುರುಷರು. ನನ್ನ ಜೀವನವು ಇವರು ಕೊಟ್ಟ ಪ್ರಸಾದ.

ನನ್ನ ಅಣ್ಣನಾದ ಸುಧೀಂದ್ರ ಪ್ರತಾಪ್, ನಾನು ಬರೆದ ಪ್ರತಿಯೊಂದನ್ನು ಓದಿ, ಸಲಹಿ, ಮತ್ತಷ್ಟು ಬರೆಯಲು ಉತ್ತೇಜಿಸಿದ್ದಾರೆ.

ನನ್ನ ಬರಹಗಳಿಗೆ ಪ್ರತ್ಯಕ್ಷವಾಗಿ ಪರೋಕ್ಷವಾಗಿ ಸ್ಫೂರ್ತಿಯಾದ ನನ್ನ ಬಂಧುಗಳು, ಮಿತ್ರರು , ಹಿರಿಯರು ಎಲ್ಲಾರಿಗೂ ನಾನು ಈ ಮೂಲಕವಾಗಿ ಧನ್ಯವಾದಗಳನ್ನು ಅರ್ಪಿಸಲು ಇಚ್ಛಿಸುತ್ತೇನೆ.

ಕೊನೆಯದಾಗಿ ನನ್ನ ಯಜಮಾನ ಸೃಷ್ಟಿಕರ್ತನಿಗೆ ನನ್ನ ಅನಂತ ಅನಂತ ನಮನಗಳು.

ಧನ್ಯವಾದಗಳು

ಡಾ. ರಘುನಂದನ ಶೇಖರಪ್ಪ

ಅವ್ವ

ಅವ್ವ

ಮೆದುಳು ಕಲೆತದ್ದನ್ನೆಲ್ಲ ಮರೆತರೆ
ಮರೆಯದು ನನ್ನ ತಾಯಿಯ ಅಕ್ಕರೆ
ಪ್ರಪಂಚವೇ ನನ್ನುಗಿದು ತುಳಿದರೂ
ನನ್ನಲ್ಲಿ ವಿಶ್ವಾಸ ಪಡುವವಳೊಬ್ಬಳೇ ತಾಯಿ

ನನ್ನ ಮನದೊಳಗಿನ ನೋವನರಿಯಲು
ಬೇಕಿಲ್ಲ ಅವಳಿಗೆ ಕ್ಷಣ ಹೊತ್ತು
ಎಂತಹ ಹಸಿವನ್ನಾದರೂ ನೀಗಿಸುವುದು
ನನ್ನವ್ವ ಕೊಡುವ ಕೈತುತ್ತು
ಕಷ್ಟಗಳನ್ನೆದುರಿಸಲು ಕಲಿಸಿದಳು
ಪ್ರೀತಿಯೇನೆಂದು ತಿಳಿಸಿದಳು
ಅವಳ ಧ್ವನಿಯೊಂದೇ ಸಾಕು
ನನ್ನ ಎದೆ ತಣಿಸಲು
ಅಮ್ಮಾ ಎಂದೊಡನೆ ಬರುವಳು
ನನ್ನ ಪಾಲಿನ ದೇವತೆಯೇ ಅವಳು.

ರೊಕ್ಕ ತಗೊಂಡು ಓಟು ಮಾಡಬೇಡ

ರೊಕ್ಕ ತಗೊಂಡ್ ಓಟು ಮಾಡಬೇಡಲೇ ಭಾಡ್ಯಾ
ರೊಕ್ಕ ತಗೊಂಡ್ ಓಟು ಮಾಡಬೇಡಲೇ
ಪಕ ಪಕ ಅಂತ ನೋಡಬೇಕಲೇ ಆಮೇಲ್
ಪಕ ಪಕ ಅಂತ ನೋಡಬೇಕಲೇ

ಟೈಮಿಗ್ ಸಿಕ್ತು ಅಂತ ತಗಂತೀಯ ಹಣ ನೀನು
ಟೈಮಾದ್ಮೇಲ್ ಆಗ್ತೀಯ ಹೆಣ ನೀನು
ಧಮ್ ಇದ್ರೆ, ದುಡ್ಡಿಲ್ದೆ ಓಟ್ ಮಾಡು
ದುಡ್ಡು ಕೊಡದೇ ಓಟು ಕೇಳೋರೆ, ಧಮ್ ಇರೋರು

ನೀರಿಗ್ ನೀನು ಮಾಡ್ತೀಯ ಧರಣಿ,
ಯಾರೂ ತಲೆ ಕೆಡ್ಸ್‌ಕೊಳೊದಿಲ್ಲ ಎಂಟಾಣಿ
ಟೈಮಿಗ್ ಸರಿಯಾಗಿ ಬಿಡ್ತಾರೆ ಡಂಗಾಣಿ,
ಅವರ ಪ್ರಕಾರ ನಾವೆಲ್ಲಾ ಅವರ ಮನೆಮಾಣಿ
ನಿಯತ್ತಾಗಿ ಕೆಲ್ಸ ಮಾಡೋರಿಗೆ ನೀನು ಓತ್ತು
ಆಮೇಲ್ ನಿನಗೇ ಕೊಡ್ತಾರೆ ಅವರು ಓತ್ತು
ಜಾತಿ ಮತ ಅಳೆದು ಓಟು ಹಾಕ್ಬೇಡ
ಜಾತ್ಯಾತೀತ ಅಂತ ಮೋಸ ಹೋಗ್ಲೇಬೇಡ
ಯಾವ ಮೇನಿಯಾನು ನಡೆಯೋದಿಲ್ಲ ರಾಮ
ಈ ಮಣ್ಣಿನಲ್ಲಿ ಕನ್ನಡಿಗನೇ ಸಾರ್ವಭೌಮ.

ಕಮಲ

ಕೆಸರಿನಲ್ಲಿರುವ ಕಮಲ ನಾನು
ಈ ಕೆಸರು ನನ್ನದು, ಈ ಮಣ್ಣು ನನ್ನದು
ಸುಡುವ ಬಿಸಿಲ ಧಗೆಯ ತಣಿಸುವಂತೆ ನಿಂತ ನನ್ನ ಈ ಸುಂದರ
ರೂಪದ ಬೇರು ಈ ಕೆಸರು
ನನಗೆ ಯಾರದೋ ಕಿವಿಯ ಅಲಂಕಾರವಾಗಬೇಕೆಂದಿಲ್ಲ
ನನ್ನ ಮಣ್ಣನು ಬಿಟ್ಟು ಸೌಂದರ್ಯ ಹೆಚ್ಚಿಸಿಕೊಳ್ಳುವ ತವಕವೂ ನನಗಿಲ್ಲ
ನನ್ನ ಸಾಕಿ ಬೆಳೆಸಿ ನಿಲ್ಲಿಸಿದ ಈ ಕೆಸರ ಭೂಷಣವಾಗುವುದೇ ನನ್ನಾಸೆ
ನನ್ನಾಸೆಯನ್ನರಿಯದೇ ನನ್ನನ್ನು ಬೆಳಸದಿರುವುದು ಯಾವ ನ್ಯಾಯ
ನಿನ್ನ ತಾವರೆ ನಿನ್ನದೇ ಕೆಸರೇ.

ಕನ್ನಡಿಗ

ನಡೆದು ನಡೆಸಿದವನ ನಡೆ ನೆನೆದು
ನಾಡು, ನುಡಿಯ ಹಿರಿಯ ಪರಿ ಅರಿತು
ನಡೆ ನಡುವಿನ ದಾರಿಯಲ್ಲಿ
ನಿನಗಾರು ತಡೆವರು ಈ ನಡುವಿನಲಿ

ನಡೆದಾಡುವ ದೇವರಂತಿರುವ ಶರಣರು
ನುಡಿದಂತೆ ನಡೆದಿರುವ ರಾಜರು
ನಡೆಗಳಲ್ಲಿ ನುಡಿಕಂಡ ರನ್ನ ಪಂಪರು
ನಾಡಿಗಳಲ್ಲಿ ನುಡಿ ತುಂಬಿಕೊಂಡಿರುವವರು ನಮ್ಮ ಕನ್ನಡಿಗರು.

ಕಾಲ

ಕಾವ್ಯಸ್ಫುರಣೆಗೆ ನಿಗದಿತ ಕಾಲವಿಲ್ಲ
ಮಲಮೂತ್ರ ವಿಸರ್ಜನೆಗೂ ನಿಗದಿತ ಕಾಲವಿಲ್ಲ
ಹೃದಯದ ಬಡಿತ ನಿಲ್ಲುವುದಕ್ಕೂ,
ಎದೆಯ ಉಸಿರು ಹಾರುವುದಕ್ಕೂ,
ಕೈಕಾಲು ಮುರಿಯುವುದಕ್ಕೂ,
ಮಳೆ ಬರುವುದಕ್ಕೂ,
ಸಿಡಿಲು ಬಡಿಯುವುದಕ್ಕೂ,
ಯಾವುದಕ್ಕೂ ಕಾಲ ನಿಗದಿತವಿಲ್ಲ,
ಆದರೆ
ನಾವು ಮಾತ್ರ ಕಾಲವನ್ನು
ನಿಯಂತ್ರಿಸಲೆತ್ನಿಸುತ್ತಿರುವ ಮೂರ್ಖರು.
ಕಾಲವು ಅನಾಧಿಕಾಲದಿಂದಲೂ
ನಮ್ಮನ್ನು ತಾನೇ ಮೇಲೆಂದು ಹೇಳುತ್ತಿದೆ.
ನಾವೆಲ್ಲಾ ಕಾಲದಲ್ಲಿ ಲೀನವಾಗಲಿರುವ
ಧೂಳಿನ ಕಣಗಳಷ್ಟೆ.

ಮಗು

ಮಗುವಿನ ಹಾಗಿದ್ದಾರೆ ಎಂದರೆ ಅದೊಂದು
ಉನ್ನತ ಮಟ್ಟದ ಮನಸ್ಥಿತಿ
ಹೆದರಿಕೆ, ನಾಚಿಕೆ, ಅಂಜಿಕೆ, ಮಡಿವಂತಿಕೆ ಇಲ್ಲದೆ
ಭಾವನೆಗಳನ್ನು ಮುಕ್ತವಾಗಿ ಪ್ರದರ್ಶಿಸುವುದು
ಎಲ್ಲರನ್ನು ನಂಬುವ ಯಾವ ಭೇದ ಭಾವವಿಲ್ಲದೇ
ಎಲ್ಲರನ್ನೂ ಪ್ರೀತಿಸುವ ಮನಸ್ಥಿತಿ
ಇದನ್ನು ನಾವು ದೊಡ್ಡವರು ಸಿದ್ಧಿಸುವುದಕ್ಕೆ
ಜನ್ಮಗಳೇ ಕಳೆದು ಹೋಗುತ್ತವೆ.
ದೇವರು ನಮ್ಮನ್ನು ಸೃಷ್ಟಿಸಿರುವುದೇ ಮಗುವಿನಂತಿರಲು
ಎಲ್ಲವನ್ನೂ ತಿಳಿದು ತನ್ನೊಳಗಿನ ಮಗುವನ್ನು
ಬಿಟ್ಟುಕೊಡದವನೇ ನಿಜವಾದ ಸಾಧಕ

ಸಂಕ್ರಾಂತಿ

ಇಳೆಬಿಸಿಲ ಚಳಿಯಲ್ಲಿ
ಎದ್ದ ಮಣ್ಣಿನ ಧೂಳು
ಬಂಗಾರವೆಂಬಂತೆ
ಬಾಗಿಲ ಮುಂದಿನ ರಂಗೋಲಿ
ಬಣ್ಣದಿ ಮಿಂದು ಚಿತ್ತಾರವಾದಂತೆ
ಹೋರಿಯ ಕೊಂಬು ಸಿಂಗಾರಗೊಂಡು
ಹೊಳೆವ ಬೊಂಬಿನಂತೆ
ನಲಿವ ಮಕ್ಕಳ ನವದಿರಿಸು
ಉತ್ಸಾಹದ ಚಿಲುಮೆಯಂತೆ
ಸಂಕ್ರಾಂತಿಯ ದಿನ ನೇಸರನು
ದಿಕ್ಕು ಬದಲಿಸಿದಂತೆ
ನಿಮ್ಮ ಬಾಳು ಸಂಪನ್ನದೆಡೆ ಸಾಗಲಿ
ತಿರುಗಿ ಹಿಂತಿರುಗದಂತೆ.

ಅಪ್ಪನೋ ತಂದೆಯೋ

ಹುಟ್ಟಿತೊಂದು ಕೂಸು, ಮೇ ಮೂರರ ನಡುರಾತ್ರಿಯಲಿ
ತಂದೆ ಯಾರೆಂದು ತಿಳಿದಿಲ್ಲ, ತಾಯಿ ಗುರುತಿಸಲ್ಪಡಲಿಚ್ಛಿಸಲಿಲ್ಲ
ಸೂರ್ಯನುದಯಿಸುವಷ್ಟರಲ್ಲಿ, ಬಿದ್ದಿತು ಕೂಸು ಕಸದ ತೊಟ್ಟಿಯ ರಾಶಿಯಲ್ಲಿ
ಲಾಕ್‌ಡೌನ್‌ನಿಂದ ಸೋತುಸುಣ್ಣವಾಗಿದ್ದ ಪೀಣ್ಯದ ಸಿದ್ದ
ಊಟವಿಲ್ಲದೆ ಮೂರು ದಿನದಿಂದ ಪರದಾಡಿದ್ದ
ಹೆಂಡದಂಗಡಿ ತೆಗೆದಾಗ ಸಾಲ ಮಾಡಿ ಮೂರು ಪೆಗ್ಗಿಳಿಸಿದ್ದ
ಹಸಿವಾಗಿ ನಿದ್ರೆ ಬಾರದೆ ಎದ್ದು ಎಲ್ಲೊ ಹೊರಟಿದ್ದ
ಮಲಗಲು ಮನೆಯಿಲ್ಲ, ಬೀದಿಯಲ್ಲಿ ವಾಸಿಸುತ್ತಿದ್ದ
ಮಾಡಲು ಕೆಲಸವಿಲ್ಲದೆ ಕಂಡ ಕಂಡ ಕಡೆ ತಿಂದು ಬದುಕುತ್ತಿದ್ದ
ಮುಂಜಾವಿನ ಇಬ್ಬನಿ ಕರುಗವಷ್ಟರಲ್ಲಿ ಕೇಳಿತೊಂದು ಕೂಗು
ಎಣ್ಣೆ ಮತ್ತಿನಲ್ಲಿ ಓಲಾಡುತ್ತಾ ಕಸದ ಬುಟ್ಟಿಯ ನೋಡಿದರಿತ್ತೊಂದು ಮಗು
ಇಳಿದು ಹೋಯಿತು ಹೊಟ್ಟೆ ಹಸಿವು, ಹೆಂಡದ ಮತ್ತು, ಮುಖದ ನಗು
ತನ್ನ ಹೆತ್ತವರು ತನಗೆ ಮಾಡಿದ್ದನ್ನು ನೆನಪಿಸಿಕೊಂಡು ಕೂಸ ಕೈಗೆತ್ತಿಕೊಂಡನು
ತನಗೆ ತಿಳಿಯದೆ ಎದೆಯು ಭಾರವಾಗಿ ಕಣ್ಣೀರಿಟ್ಟು ಗಳಗಳನತ್ತನು
ನೋವಿನಲ್ಲಿ "ದ್ಯಾವ್ರೆ, ಕರುಣೆ ಇಲ್ವಾ ನಿನಗೆ" ಅಂದನು
ನನ್ನ ಬಾಧೆ ನಿನಗೆ ಹೊಟ್ಟೆ ತುಂಬ್ಲಿಲ್ವಾ, ನಾನೇನೊ ಬದುಕಿದೆ,
ಯಾರೋ ಮಾಡಿದ್ ತಪ್ಗೆ ಈ ಹೆಣ್ಮಗೀನ್ ಹುಟ್ಸಿದ್ಯಲ್ಲಾ ಅಂದನು
ಆ ಮಗುವ ಅಲ್ಲಿ ಬಿಡೋಕೆ ಅವನ ಮನಸ್ಸು ಒಪ್ಪಲಿಲ್ಲ
ದೃಢ ನಿರ್ಧಾರ ಮಾಡಿದನು ಮನದಲ್ಲಿ, ಹಿಂದಿರುಗೆಂದೂ ನೋಡಲಿಲ್ಲ
ತಂದೆಯಾದನು ಆ ಕೂಸಿಗೆ, ಮತ್ತೆ ಅವನು ಕುಡಿಯಲಿಲ್ಲ
ತಂದೆಯಾಗಬೇಕೆಂದರೆ ಮಕ್ಕಳನ್ನು ಹುಟ್ಟಿಸಬೇಕಿಲ್ಲ
ಹುಟ್ಟಿಸಿದವರೆಲ್ಲ ತಂದೆ ಆಗ್ಲಿಕ್ಕೆ ಆಗೋದಿಲ್ಲ.

ಭಯೋತ್ಪಾದನೆ

ಸುಡುವ ಭರದಿ ಏರಿದೆ ಕೋಪ
ಹರಿದು ಹಾಕಲು ಭಯ ಉತ್ಪಾದಿಸುವ ಮುಖವಾಡ
ಹಸಿದ ಕಂದಮ್ಮಗಳ ಕನಸ ಹುಸಿಗೊಳಿಸಿ
ಹುಸಿ ಕನಸ ಬಿತ್ತಿ ಕಟ್ಟಿರುವ ಸೈನ್ಯವಾ
ಅಳಿಸಿದವು, ಎಷ್ಟೋ ಹಣೆ ಬೊಟ್ಟುಗಳು
ಒಡೆದವು, ಹೆತ್ತವರ ಹೃದಯಗಳು
ಮಣ್ಣು ಒದ್ದೆಯಾಯಿತು ಧೀರ ಸೈನಿಕರ ರಕ್ತದಿಂದ
ಧರ್ಮ ಜಾತಿ ದೇಶಗಳ ಮೀರಿ ಜಗತ್ತನ್ನಾವರಿಸಿದ ಕತ್ತಲು
ಮುಖವಾಡಗಳ ಹಿಂದಿನ ಕರಿ ಮನಸುಗಳು
ಹಸಿದಿವೆ, ರಕ್ತದೋಕುಳಿಯ ನೋಡಲು
ಮನುಜನ ಭಾವ ಸ್ಪಂಧನೆಗಳನ್ನರಿಯದ ಮೃಗಗಳು
ಕಾದು ಕುಳಿತಿವೆ, ಮನುಷ್ಯರ ನಡುವೆ ವಿರಸ ಮೂಡಲು
ಈ ದುರಾಭಿಮಾನದ ಕಲಿಯುಗವ ತುಳಿದು ಅಳಿಸಲು
ಒಂದಾಯಿತು ಭಾರತ, ಏಟಿಗೆ ಎದಿರೇಟು ನೀಡಿ
ಭಯೋತ್ಪಾದನೆಯ ಉಸಿರು ಮುಚ್ಚಲು

9

ದೀಪಾವಳಿ

ಕತ್ತಲಿನ ನೋವ ನೀಗಿಸು ಬಾ ಬೆಳಕೆ
ಅಂತರಂಗದ ಅಂಧಕಾರವ ಅಳಿಸು
ಮನದ ಇರುಳ ಬೆಳಗಿಸಲು ಹಚ್ಚು ಹಣತೆ
ಹಚ್ಚಿದ ದೀಪ ಜ್ಯೋತಿಯಾಗಿ ಪ್ರಕಾಶಿಸಲಿ

ಆದ್ರೆ ಏನಾದರೂ ಆದೀತು

ಎದ್ದು ನಿಲ್ಲು ಕಣ್ತೆರೆದು ನೋಡು
ಆದ್ರೆ ಏನಾದರೂ ಆದೀತು

ಮನಸ್ಸಿನಲ್ಲಿರುವ ಮರ್ಮವ ಬಿಡು
ಕಣ್ಣಲ್ಲಿರುವ ಕಣ್ಣೀರಣಕಟ್ಟೆಯ ಗೇಟು ತೆರೆದು
ಹಣೆಯ ಮೇಲೆ ಮೂಡಿರುವ ಚಿಂತೆಯ ಗೆರೆಗಳ ಸಡಲಿಸಿ
ಕಂಪಿಸುವ ಕೈಯ ಸದೃಢವಾಗಿ ನಿಲ್ಲಿಸಿ
ತೊದಲುವ ನಾಲಗೆಗೆ ಮೂಗುದಾರವ ಬಿಗಿದು
ನಿಟ್ಟುಸಿರು ಬಿಡುವ ಉಸಿರ ಸಂಭಾಳಿಸು
ಆದ್ರೆ ಏನಾದರೂ ಆದೀತು

ಜಗತ್ತಿನ ವೇದಿಕೆ ನಿನ್ನದು, ಕೇಳುವ ಕಿವಿಗಳು ಅನೇಕ
ನಿನ್ನ ತೊದಲು ನುಡಿಯೇ, ಯಾರದೋ ಪ್ರೇರಣೆ
ನಿನ್ನ ಯೋಚನೆಯ ಪದ್ಧತಿ, ಒಂದು ತಲೆಮಾರಿನ ದಿಕ್ಸೂಚಿ
ನೀನು ನೀನಾಗಿರಲು ಬಿಡದೀ ಪ್ರಪಂಚ,
ನೀನು ನೀನಾಗುಳಿದು ನೋಡು,
ಆದ್ರೆ ಏನಾದರು ಆದೀತು

ಗೀತಾ

ಬಿಸಿಲಿನಲ್ಲಿ ಬೀಸುವ ತಂಗಾಳಿಯಾದೆ
ಚಳಿಯಲ್ಲಿ ಬೆಚ್ಚನೆಯ ಚಾದರವಾದೆ
ಬಾಳ ನೌಕೆಯ ಪಯಣದ ನಾವಿಕಳಾದೆ
ಪ್ರೀತಿಯಲ್ಲಿ ಹೊಂಬಿಸಿಲ ಕಿರಣದಂತಾದೆ
ಹುಟ್ಟುಹಬ್ಬದ ಶುಭಾಷಯಗಳು ಗೀತಾ
ಅಮರವಾಗಿ ನಿನ್ನೊಟ್ಟಿಗಿರುವುದೇ ನನ್ನ ಇರಾದೆ

ಬೆಳಕಿನ ಬಿಂದು

ಕತ್ತಲೆರೆದು ಶತಮಾನಗಳುರುಳಿದರೂ
ಬರಲಿಲ್ಲ ಬೆಳಕಿನ ಒಂದು ಬಿಂದು
ನೊಂದು ಬೆಂದ ಜೀವಕೆ ಬೇಕಾಯಿತು
ಕೈ ಹಿಡಿದು ನಡೆಸುವ ಬಂಧು
ಹೊರಟಿದ್ದು ಸೃಷ್ಟಿಸಲು ಇತಿಹಾಸವ
ಮೊದಲು ಬಂದದ್ದ ತುಳಿದದ್ದೇ
ನಂತರ ಬಂದದ್ದ ಒದ್ದದ್ದೇ
ಪ್ರಹಾರವ ನೋಡಿ ಬೆರಗಾದವರಿಲ್ಲ
ತೇಜಸ್ಸು ಕಂಡು ಹೊಗಳಿದವರನೇಕ
ಹತ್ತಿತು ತಲೆಗೆ ಯಶಸ್ಸಿನ ಕಿರೀಟ
ಮೊದಲಾಯಿತು ಅಂದಃಪತನ
ನಾನೇ ಎಂದು ಮೆರೆದು ಮೆರೆದು
ಕೊನೆಯಲ್ಲಿ ತಿಂದದ್ದು ಮಣ್ಣು
ಕತ್ತಲು ಬಲು ಬೇಗ ಆವರಿಸಿತು
ತಲೆಯ ಅಹಮ್ಮು ಬೆತ್ತಲಾಯಿತು
ಎಲ್ಲಿಂದ ಬಂದಾದೋ ಬೆಳಕು
ಬಾಳಗತ್ತಲ ನೀಗಿಸಲು.

ಚೆಲುವೆ

ಕಿವಿಯ ಓಲೆಯ ಓಲೈಸಲು ಮುಂಗುರಳು ನೇತಾಡುತ್ತಿದೆ.
ಸೂರ್ಯನ ಕಿರಣವ ಸ್ಪರ್ಶಿಸಿ ಹೊಳೆಯಲು ಕಣ್ಣು ರೆಪ್ಪೆ ತೆರೆಯುತ್ತಿದೆ.
ತುಟಿಗಳು ನಾಚುವ ನಸು ನಗೆಯ ಬೀರಲು ಹಲ್ಲುಗಳು ಪ್ರಜ್ವಲಿಸುತ್ತಿವೆ.
ತನ್ನ ಹೆಸರ ಏರು ಸ್ವರದಲ್ಲಾಲಿಸಲು ಕಿವಿಯ ಹೊಳ್ಳೆಗಳು ಕಾಯುತ್ತಿವೆ.
ಉಸಿರ ರಭಸವು ಗಾಳಿಯ ವೇಗ ಹಿಡಿದು ಓಡುತ್ತಿರಲು,
ಎದೆ ಬಡಿತವು ಕುದುರೆಯ ಕಾಲಿನ ಸದ್ದಿನ ತಾಳ ಹಿಡಿಯುತ್ತಿದೆ.
ಚೆಲುವೆ, ನೀನು ಒಂದು ಪುಸ್ತಕವಿದ್ದಂತೆ,
ಮರುಭೂಮಿಯಲ್ಲೂ ದಣಿವ ಮರೆಸೊ ಮೋಹ,
ತರಣಿಯ ಧಗೆ ಇಳಿಸೋ ಮಾಮರದ ನೆರಳು,
ಎಂದಿಗೂ ಕಾಣುತ್ತಿರು ಭೂಮಿಯನ್ನಾವರಿಸಿದ ಆಕಾಶದಂತೆ
ಜೀವವನ್ನುಳಿಸುವ ಗಾಳಿಯಂತೆ ಜೀವದಲ್ಲಿ ಬೆರೆತುಬಿಡು.

ನೀನು

ನೀನು ನೀನೆಂಬುದು ನಿನ್ನಲ್ಲಿ ನಿಜವಾಗುವವರೆಗೆ
ನೀನು ಯಾರೆಂಬುದು ಮಣ್ಣಲ್ಲಿ ಮಣ್ಣಾಗುವವರೆಗೆ
ನೀ ನಿಂತದ್ದು ಉಂಡದ್ದು ಕಂಡದ್ದು
ಎಲ್ಲವೂ ನಿನಗೆಷ್ಟೇ ಬಂದದ್ದು
ನಿನಗೆ ಬಂದದ್ದು ನಿನ್ನದಲ್ಲ ಎನ್ನುವ ಹೊತ್ತಿಗೆ
ಹೊರಡುತ್ತದೆ ನಿನ್ನ ತೇರು ನಿನ್ನ ಯಜಮಾನನ ಕಡೆಗೆ

ಜ್ಞಾನ

ನಾನು ಉತ್ತಮನೆಂದುಕೊಂಡರೆ
ಅದು ಸ್ವಾಭಿಮಾನ
ನಾನೇ ಉತ್ತಮನೆಂದುಕೊಂಡರೆ
ಅದು ಮೂರ್ಖತನ
ಸರ್ವರೂ ಉತ್ತಮರೆಂದರೆ
ಅದು ಒಳ್ಳೆಯತನ
ಸರ್ವರೂ ಸಾಧಾರಣ,
ದೇವರೊಬ್ಬನೇ ಉತ್ತಮನೆಂದರೆ,
ಅದೇ ಜ್ಞಾನ.

ಕರ್ಮ

ಬೆಳಿಗ್ಗೆ ಎದ್ದು ಮುಖ ತೊಳೆದೆ
ಮಧ್ಯಾಹ್ನ ಊಟ ಮಾಡಿ ಕೈತೊಳೆದೆ
ರಾತ್ರಿ ಮಲಗುವ ಮುಂಚೆ ಕಾಲ್ತೊಳೆದೆ
30 ವರ್ಷವಾದರೂ ಮನಸ್ಸನ್ನು ತೊಳೆಯಲಿಲ್ಲ
ಪ್ರತಿದಿನ ಎದ್ದಾಗ ಹುಟ್ಟಿಸಿದವನನ್ನು ಎಬ್ಬಿಸಿದವನನ್ನು ನೆನೆಯಲಿಲ್ಲ
ಕ್ರೀಮು ಪೌಡರ್ ಹಾಕುವ ಈ ಮುಖದ ಹಿಂದಿರುವ
ಕಪ್ಪನ್ನು ನೋಡಿದವರಾರು ಎಂದು ಹಿಗ್ಗಬೇಡ
ಮನಸ್ಸಿನಲ್ಲಿರೋ ಕೊಳೆಯನ್ನು ತೊಳೆಯಲಾದೀತೆ ಎಂದು ಬೀಗಬೇಡ
ಮಾಡುವ ಕರ್ಮವೇ ನಿನ್ನ ವ್ಯಕ್ತಿತ್ವದ ಕನ್ನಡಿ
ಕರ್ಮವು ಕಳಂಕಿತವಾಗಿರಬಾರದೆಂದರೆ ಮನಸ್ಸು ಶುಚಿಯಾಗಿರಬೇಕು
ಮನಸ್ಸು ಶುಚಿಯಾಗಿರಬೇಕೆಂದರೆ ಯೋಚನೆ ಪ್ರಾಮಾಣಿಕವಾಗಿರಬೇಕು
ಯೋಚನೆ ಪ್ರಾಮಾಣಿಕವಾಗಿರಬೇಕೆಂದರೆ ಹೃದಯ ವಿಶಾಲವಾಗಿರಬೇಕು
ಹೃದಯ ವಿಶಾಲವಾಗಿರಬೇಕೆಂದರೆ ಸಂಸ್ಕಾರ ಶ್ರೀಮಂತವಾಗಿರಬೇಕು
ಸಂಸ್ಕಾರ ಶ್ರೀಮಂತವಾಗಿರಬೇಕೆಂದರೆ ಸಂಸಾರ ನೆಮ್ಮದಿಯಿಂದಿರಬೇಕು
ಸಂಸಾರ ನೆಮ್ಮದಿಯಾಗಿರಬೇಕೆಂದರೆ ಯಜಮಾನ ನೀತಿವಂತನಾಗಿರಬೇಕು
ಯಜಮಾನ ನೀತಿವಂತನಾಗಿರಬೇಕೆಂದರೆ ಹೆಂಡತಿ ಗುಣವಂತಳಾಗಿರಬೇಕು
ಗುಣವಂತ ಹೆಂಡತಿ ಸಿಗಬೇಕೆಂದರೆ ಕರ್ಮದ ಫಲವಿರಬೇಕು.

ಗುರು

ಮನದೊಳು ಗೊಂದಲವಿರಲು
ಪ್ರಶ್ನೆಗಳು ಮೆದುಳಿನ ಶಿಖರವನ್ನೇರಿರಲು
ಜೇಡರ ಬಲೆಯಂತಹ ದಾರಿ ದಾಟಲು
ಬೇಕು "ಗುರು" ಎಂಬ ಜ್ಞಾನದ ಕಡಲು

ಸಾಧನೆ

ಸಾಧನೆ ಎಂಬುವುದು ಎಲ್ಲಿಯೂ ವಿವರಿಸಲಾಗಿಲ್ಲ
ಕೆಲವರಿಗೆ ಪಿತ್ರಾರ್ಜಿತ ಆಸ್ತಿ ಉಳಿಸುವುದೇ ಸಾಧನೆ
ಕೆಲವರಿಗೆ ಅನಾಧಿಕಾಲದಿಂದಿದ್ದ ಸಂಸ್ಕೃತಿಯ ಉಳಿಸುವುದು ಸಾಧನೆ
ಅದೇ ಕೆಲವರಿಗೆ ಕಟ್ಟುಪಾಡುಗಳಿಂದ ಹೊರಬಂದು
ಹೊಸ ಸಂಸ್ಕೃತಿ ಅನಾವರಣ ಮಾಡುವುದು ಸಾಧನೆಯಾದರೆ
ಹಲವರಿಗೆ ನಿನ್ನೆಯಿದ್ದ ಸ್ಥಿತಿಗಿಂತ ಇಂದು ಉತ್ತಮ ಸ್ಥಿತಿಯಲ್ಲಿರುವುದೇ ಸಾಧನೆ
ಕೆಲವರು ತಾವು ದೇವರಾಗುವ ಸಾಧನೆ ಮಾಡಿದರೇ
ಕೆಲವರು ತಾವು ಮಾಡಿದ್ದೆಲ್ಲಾ ದೇವರಿಗರ್ಪಿಸಿ ಸಾಧನೆ ಮೆರೆಯುತ್ತಾರೆ.
ಆದರೆ ಇದಾವುದು ಸಾಧನೆ ಅಲ್ಲ
ನಮ್ಮೊಳಗಿರುವ ನಮ್ಮ ಆತ್ಮದ ಪರಿಶುದ್ಧತೆಗೆ, ಜಡ, ಅಸೂಯೆ,
ಸೊಂಬೇರಿತನ, ಕೋಪ, ಸ್ವಾರ್ಥ, ನಿರ್ಲಕ್ಷ ಇತ್ಯಾದಿಗಳಿಂದ
ಹೊರಬಂದು ಬದುಕುವುದೇ ಸಾಧನೆ.

ಹೊಸವರುಷ

ಶೂನ್ಯದಾಚೆ ಬಗ್ಗಿ ನೋಡಿ ಶೂರನಾಗೊ ಪರ್ವ ಬಂತು
ಬಾನಿನಿಂದ ಬೆಳಕು ಬಿದ್ದು ಬಾಳು ಬೆಳಗೊ ಕಾಲ ಬಂತು
ಸತ್ಯ ತಿಳಿದು ಎದ್ದು ನಿಂತು ಭಯವ ಎದುರಿಸೋ ಧೈರ್ಯ ಬಂತು
ಕಣ್ಣು ತೆರೆದು ಅಟ್ಟಹಾಸ ಬದಿಗೊತ್ತಿ ಸಿಡಿದೇಳುವ ಯೋಗ ಬಂತು
ಕೆಟ್ಟತನವ ನಂದಿಸಿ ಒಳಿತನ್ನು ನಾಂದಿಯಾಗಿಸೋ ಹೊಸ ವರುಷ ಬಂತು.

ಸನ್ಯಾಸಿ

ಪುರಾತನ ಪ್ರೇಮ,
ಪ್ರಳಯಾಂತಕ ಕಾಮ,
ಮನಸ್ಸು ಹುಸಿ ಬಾಂಬು,
ಯೋಚನೆ ಕೊಳಕು ನಾಲೆ,
ವಿವೇಚನೆ ಬಿಚ್ಚಿಟ್ಟ ಬುತ್ತಿ,
ಕಣ್ಣು ಕಾಮಾಲೆಮಯ,
ಒಣಬಿಸಿಲಿನಲ್ಲಿ ಕಚಗುಡುವ ತಂಗಾಳಿ,
ಮಳೆಯ ಚಳಿಯಲ್ಲಿ ಬೆಚ್ಚನೆಯ ಕಾಂಗ್ರಿ
ಸುಖವೆಂದು ಪರಿಗಣಿಸಿ ಹಿತವೆಂದು ಅನುಭವಿಸಿ
ಸನ್ಯಾಸಿಯಾದವರೇ ಎರಡು ಮುಖದ ನಾಣ್ಯಗಳು.

ನಾನು

ಸಮಯದ ಚಿಂತೆ ನೀನು ಬಿಡು
ನಿನ್ನನ್ನು ನೀನು ಸೋಲಿಸಿ ಬಿಡು
ನೆನ್ನೆ ಮೊನ್ನೆ ನಾಳೆಯ ಗೀಳಿಗೆ
ಸೋತು ಸುಣ್ಣ ಆಗದ ಹಾಗೆ
ಕೊರೆತ ಚಳಿಯಲಿ ನಿಂತ ಹಗೆಯಂತೆ
ಬೆರೆತು ಬಂದು ನೀ ಧೂಳೆಬ್ಬಿಸು ಎಂದಿನಂತೆ
ಮೂರು ಕಿವಿಯ ಕೊಡದಿರು ಹಾಗೆ
ನಿನ್ನ ಗೋಳು ನಿನ್ನ ಜೋಳಿಗೆ
ಬಳಿಯಿರೊ ಕಾಗದವ ತೆರೆದು ಬರಿ
ಇಳಿಸದಿರು ಇನ್ನೊಬ್ಬರ ಜಸದ ಪರಿ
ನೀ ಇರುವುದು ಎಂದೂ ನಿನ್ನೊಂದಿಗೆ
ಸಂಗಾತಿಯ ನಂಟು ಬೇಕೇನು ನಿನಗೆ
ಬೆಂಕಿಯ ಹಾಗೆ ಪ್ರಜ್ವಲಿಸು ನೀನು
ಏನಾದರೂ ಎಂದಿಗೂ ಅನ್ನಬೇಡ "ಬರಿ ನಾನು"

ಹೊರಟು ಹೋದೆಯಾ ನೀನು

ಹೊರಟು ಹೋದೆಯಾ ನೀನು
ಬಿಟ್ಟು ನನ್ನ ಪಯಣದ ದಾರಿಯಲ್ಲಿ
ಎಲ್ಲಿಗೆಂದು ಹೇಳದೇ ಒಂಟಿಯಾಗಿಸಿದೆಯಾ
ಇರುವುದಿನ್ನೇನು ಈ ಜೀವನದಲ್ಲಿ

ಕಷ್ಟಗಳ ಪರಮಾವಧಿಯ ಬೆಟ್ಟವ ದಾಟಿಸಿದೆ
ಮುಳ್ಳಿನ ಹಾದಿಯಲ್ಲಿ ನನ್ನ ಕಾಲಡಿ ಚಾಪೆಯಂತಿದ್ದೆ
ಬೆಂಕಿಯ ಬಲೆಯನ್ನು ಮೀರಿದ ಪ್ರೀತಿ ತೋರಿಸಿದೆ
ಎದೆಯು ನೋವಿನಲ್ಲಿ ಮುಳುಗಿರಲು ಎತ್ತಿ ಕಾಪಾಡಿದೆ
ನಿನ್ನ ದಿಟ್ಟತನದ ಉತ್ತರಗಳಿಗೆ ಜವಾಬು ಕೊಡಲಾಗಲಿಲ್ಲ
ಬಾಳು ಗಿರಗಿಟಲೆಯಲ್ಲಿ ತಿರುಗಿದಾಗ ನಿನ್ನ ನೋಡಲಾಗಲಿಲ್ಲ
ಹೆತ್ತ ಮಕ್ಕಳು ನನ್ನನ್ನು ಭಾರವೆಂದಾಗ ನನ್ನ ಎತ್ತಿ ಸಾಕಿದೆ
ಇಳೆ ವಯಸ್ಸಿನಲ್ಲಿ ನನ್ನ ನಿನ್ನ ಬಂಧವ ನೋಡಿ ಬೆರಗಾದವರಿಲ್ಲ
ನನ್ನ ಪ್ರಾಣ ಪಕ್ಷಿಗಿನ್ನೂ ವಯಸ್ಸಾಗಿಲ್ಲ
ನನ್ನ ನೆರಳಿನಂತಿದ್ದ ನಿನ್ನ ಕಳೆದು ರೆಕ್ಕೆ ಮುರಿದಂತಾಯಿತಲ್ಲಾ
ಹೊರಟು ಹೋದೆಯಾ ನೀನು ಬಿಟ್ಟು ನನ್ನ ಪಯಣದ ದಾರಿಯಲ್ಲಿ

ಚೊಚ್ಚಲ ಕೃತಿಗೆ ಹಣ

ಚೊಚ್ಚಲ ಕೃತಿ ಪ್ರಕಟಿಸಲು ಹಣ ಬೇಕು
ಅದಕ್ಕಾಗಿ ಪ್ರಾಧಿಕಾರದ ಮೊರೆ ಹೋಗಬೇಕು
ಎಂದೋ ಮಧ್ಯರಾತ್ರಿ ಮೆದುಳಿನಲ್ಲಿ ಹೊಳೆದ
ಒಂದು ಕಥೆಯನ್ನು ಎಳೆಎಳೆಯಾಗಿ ಬರೆಯಬೇಕು
ಜೀವನದಲ್ಲೆದುರಿಗಿದ ನೋವುಗಳನ್ನಾಧರಿಸಿದ
ಪಾತ್ರಗಳನ್ನು ಸೃಷ್ಟಿ ಮಾಡಬೇಕು
ಚೊಚ್ಚಲ ಕೃತಿ ಪ್ರಕಟಿಸಲು ಹಣ ಬೇಕು

ಮೂರು ನಾಲ್ಕು ಬಾರಿ ಅರವತ್ತು ಮಿಲಿ ಹೆಂಡ ಕುಡಿದ
ಬಳಿಕ ಬಂದ ರೆಕ್ಕೆಯಿಲ್ಲದ ಕನಸುಗಳನ್ನು ಕೆತ್ತಬೇಕು
ಮೋಜು ಮಾಡಿ ತಿಂಗಳ ಕೊನೆಯಲ್ಲಿ ಮನೆಗೆ ಅಕ್ಕಿಯ
ತರಲು ಸಾಲ ಕೇಳಿದಾಗಾದ ಅವಮಾನ ಬಣ್ಣಿಸಬೇಕು
ಚೊಚ್ಚಲ ಕೃತಿ ಪ್ರಕಟಿಸಲು ಹಣ ಬೇಕು

ಕಂಡಕಂಡವರ ನೋವುಗಳಿಗೆ ಸ್ಪಂದಿಸಿದ
ನನ್ನನ್ನು ದೇವರಂತೆ ಕಂಡ ಜನರ ಕಣ್ಗಳ ಭಾವ ಬಿಂಬಿಸಬೇಕು
ನನ್ನ ಕಷ್ಟಗಳನ್ನು ಕಂಡು ಬೆನ್ನ ಹಿಂದೆ ನಿಂತು
ಮಾತಾಡಿದವರ ವಿರುದ್ಧ ಇರುವ ಕೋಪವ ಬರೆದು ನಂದಿಸಬೇಕು
ಚೊಚ್ಚಲ ಕೃತಿ ಪ್ರಕಟಿಸಲು ಹಣ ಬೇಕು

ದೇಹದಲ್ಲಿ ಶಕ್ತಿ ಕೈಯಲ್ಲಿ ಅಧಿಕಾರ ಜೇಬಿನಲ್ಲಿ ಹಣವಿದ್ದಾಗ
ಮೆರೆದ ವೈಭೋಗವ ಚಿತ್ರಿಸಬೇಕು
ಮುಪ್ಪಿನಲ್ಲಿ ಅಧಿಕಾರವ ಕಳೆದು ಮಾಡಿದ ಕರ್ಮವನ್ನನುಭವಿಸಿ
ಪಟ್ಟ ಪಶ್ಚಾತ್ತಾಪವ ನೆನಪಿಸಬೇಕು
ಚೊಚ್ಚಲ ಕೃತಿ ಪ್ರಕಟಿಸಲು ಹಣ ಬೇಕು.

ಪರಿಸರದ ಪರಿಹಾರ

ಪರಿಸರಕ್ಕೆ ಪರಿಹಾರ ಹುಡುಕುತಾನಾ ಮನುಜ
ನೀರನ್ನು ಕೊಳಚೆ ಮಾಡಿದ ಮೊದಲ ಪ್ರಾಣಿ ಇವನು
ನದಿಯ ಮೂಲವನ್ನೇ ಬರಿದಾಗಿಸಿದವನು
ಪಾನೀಯ ಶುದ್ಧೀಕರಿಸಿ, ಅದರಲ್ಲೂ ಹಣ ಮಾಡಿದನು
ಪರಿಸರಕ್ಕೆ ಪರಿಹಾರ ಹುಡುಕುತಾನಾ ಇವನು

ನೆಲವ ಕೊರೆದವನಿವನೇ, ಮಣ್ಣ ಕೆಡಿಸಿದ್ದು ಇವನೇ
ಮರಳ ಅಗೆದದ್ದು, ಬೆಂಕಿಯಿಟ್ಟು ಸುಟ್ಟಿದ್ದು ಇವನೇ
ಭೂಮಿಯೇ ದೇವರೆಂದವನು ಮಣ್ಣನ್ನು ಮಾರಿ ಹೆಣ ಮಾಡಿದವನಿವನೇ
ಪರಿಸರಕ್ಕೆ ಪರಿಹಾರ ಹುಡುಕುತ್ತೀದ್ದೀಯಾ ನರನೇ

ಅನಿಲನೆಂದೆಸರಿಟ್ಟವನೇ ಧೂಮಪಾನೀ
ಆಮ್ಲಜನಕ ಉತ್ಪಾದಿಸಲು ಹವಾಗುಣದ ಹಾನಿ
ನೆಲ ನೀರು ಆಕಾಶಗಳು ಯಾರ ಸ್ವತ್ತಲ್ಲವೆಂದು ತಿಳಿಯದ ಅಜ್ಞಾನಿ
ಇವನ ಪ್ರಕಾರ ನರನೇ ದೇವರಿಗಿಂತ ದೊಡ್ಡ ವಿಜ್ಞಾನಿ
ಪರಿಸರಕ್ಕೆ ಪರಿಹಾರ ಹುಡುಕುತ್ತಿದ್ದಾನೆ ಈ ನರ ಪ್ರಾಣಿ

ಅಮೃತ ಘಳಿಗೆ

ಮನದಲ್ಲಡಗಿದೆ ಬೇಸರ
ಅರಿಯದು ಉದಯಿಸುವನೆಂದು ನೇಸರ
ದುಡಿದ ದೇಹಕ್ಕೆ ಸಿಗಲಿಲ್ಲ ಆರಾಮು
ಮನಸ್ಸಿಗೆ ಮುದನೀಡಲು ಇಲ್ಲ ಮುಲಾಮು
ನನ್ನ ಮನಸ್ಸಿನ ಶತ್ರುವೇ ನಾನಾದೆ
ನನ್ನ ಭಾವನೆ ಉದ್ವೇಗಗಳಿಗೆ ಬಲಿಯಾದೆ
ಖಾಲಿಹಾಳೆಯಂತಾಗಿದೆ ಬದುಕು
ಬರದದ್ದೆಲ್ಲವೂ ಬರೀ ಹುಳುಕು
ಎಂದೋ ಯಾರೋ ಹಾಡಿದ ಮುನ್ನುಡಿ
ನಾ ಹಿಡಿಯ ಬೇಕಿದೆ ನನಗೇ ಕನ್ನಡಿ
ನಗುವುದಕ್ಕೇನಿದೆ ಜಗದಲ್ಲಿ
ನಗಿಸುವುದ ನಾ ಕಲಿಯಬೇಕಿದೆ ಬಾಳಲ್ಲಿ
ಪರರನ್ನು ಬೆಳೆಸುವುದೇ ಬದುಕು
ಅದರಲ್ಲಿ ಆನಂದವಾ ಹುಡುಕು
ಬೆಳಕಿರುವುದು ಒಳಗೆ ಅದೇ ನಿನ್ನೊಳಗೆ
ಅದರ ಅರಿವಾಗುವುದೊಂದೇ ಅಮೃತ ಘಳಿಗೆ.

ಋಣ

ಋಣವನ್ನೇಕಿಟ್ಟೆಯೋ ಹರನೇ ಮನುಜರ ನಡುವೆ
ತೀರಿಸಲಾರದೆ ನೊಂದರು, ಋಣಹೊತ್ತು ಸತ್ತರು, ಏಕಿದು ಪ್ರಭುವೇ

ಮಗನಿಗೆ ತಾಯಿಯ ಋಣವಂತೆ, ತಂದೆಗೆ ಮಾವನ ಋಣವಂತೆ
ಸೋದರ ಸೋದರನ ಬೆಳೆಸಿದನಂತೆ, ದಾಯಾದಿ ಕಲಹ ವಂಶ ಸುಟ್ಟಿತಂತೆ
ಋಣದ ಮೇಲೆ ಋಣತಿಂದರೇನು, ಬೆಂದ ಮನಸು ಬೆವರದೇನು
ಋನವನೇಕಿಟ್ಟೆಯೋ ಹರನೇ ಮನುಜರ ನಡುವೆ

ಚಂದ್ರನಿಗೆ ಸೂರ್ಯನ ಋಣವಂತೆ, ಗಡಿಯಾರಕ್ಕೆ ಸಮಯದ ಋಣವಂತೆ
ಅಕ್ಕಿಗೆ ಹೊಟ್ಟೆಯ ಋಣವಂತೆ, ಜೀವಕ್ಕೆ ಭಯದ ಋಣವಂತೆ
ಸಮಯ ಮೀರಿ ಸಮಯ ಬಂದರೇನು, ಬದುಕಿದ ಜೀವ ತುಡಿಯದೇನು
ಋಣವನ್ನೇಕಿಟ್ಟೆಯೋ ಹರನೇ ಜಗತ್ತಿನೊಳಗೆ

ಋಣವನಂಬಿ ತಾಯಿ ಹಾಲುಣಿಸುವುದಿಲ್ಲ,
ತಿರುಗಿ ಬರುವುದೆಂದು ಸೂರ್ಯ ಚಂದ್ರನ ಬೆಳಗುವುದಿಲ್ಲ
ಈ ಜನ್ಮ ತಳೆದ ಮೇಲೆ ಋಣವ ನೆನೆದು ಕರ್ತವ್ಯ ಮರೆಯುವಹಾಗಿಲ್ಲ
ಕರ್ತವ್ಯ ಮೆರೆದ ಹರನ ಋಣವ ತೀರಿಸಲಾದೀತೆ
ಋಣವನೇಕಿಟ್ಟೆಯೋ ಹರನೇ ನಿನ್ನ ಸೃಷ್ಠಿಯೊಳಗೆ

ಹತ್ತಿಸುವವರು

ಹತ್ತಿಸುವವರಿರುವರನೇಕ
ಬಿತ್ತರಿಸಬೇಡ ನೀ ನಿನ್ನ ಸಂತಸ
ಹೊತ್ತಿ ಉರಿದಾತು ಕುದುಕ ಬುದ್ಧಿಗಳು
ಒಳಿತು ಮಾಡುವುದಷ್ಟೇ ಕರ್ಮವಯ್ಯಾ

ಬೆಳೆದು ಎತ್ತರವಾಗುವುದೊಂದೆಡೆ
ಬಾಳಿ ಎತ್ತರಕ್ಕೇರುವುದೇ ಅತ್ಯುತ್ತಮ
ಸುತ್ತಲಿರುವವರು ಮನುಜರೇ ಅಯ್ಯಾ
ಉತ್ತಮರು ಮಣ್ಣಾದದ್ದೇ ಸುತ್ತಿನವರಿಂದ

ಬೆಂದ ಮನಸುಗಳಿಗೆ ನೀರೊರೆದು
ಚಂದ ವಾಚ್ಯಗಳ ಆಡಿ ಬೆರೆತು
ನೋವನೋಡ ಬಯಸದೇ
ಸರ್ವರಲ್ಲೂ ಒಳಿತು ಕಾಣುವುದೇ ಧರ್ಮವಯ್ಯಾ

ಪರದೆಯ ಹಿಂದಿನ ಪ್ರಭುವೇ

ಪರದೆಯ ಹಿಂದಿನ ಪ್ರಭುವೇ
ಬೆಳಗಾಗುವುದೆಂದು ಈ ಬಾಳಲಿ
ಸತ್ಯ ನ್ಯಾಯ ನೀತಿಗಳೆದುರೇ
ಕುಣಿದಾಡುತ್ತಿದೆ ಅಧರ್ಮದ ಗೂಳಿ

ಚಂದಿರನಿಲ್ಲದೇ ಕತ್ತಲಾವರಿಸಿದೆ
ಶೋಕಿಯೇ ಬೆಳಕಾಗಿದೆ
ದರ್ಪವೇ ಶೋಕಿಯಾಗಿದೆ
ಮೋಸಗಾರರಿಗೆ ದರ್ಪವೇರಿದೆ
ನಿತಿವಂತರಿಗ ಶಾಸ್ತಿಯಾಗುತ್ತಿದೆ
ಲೆಕ್ಕವಿಲ್ಲದೆ ಪರದಾಡುತ್ತಿದೆ,
ಸರಿತಪ್ಪುಗಳ ಎಣಿಕೆ
ಕೊಲೆಗಾರನೇ ನಾಯಕನು
ಶ್ರಮಜೀವಿಯೇ ಬಲ್ಲಿದನು
ಸಮವೆಲ್ಲಿದೆ ನಿನ್ನ ಶಾಸನದಲ್ಲಿ
ಓ ಪರದೆಯ ಹಿಂದಿನ ಪ್ರಭುವೇ
ಅವತರಿಸುವೆ ಎಂದು ಈ ಬಾಳಲಿ.

ಸನಾವುಲ್ಲಾ

ಬರಲಿಲ್ಲವಲ್ಲಾ ನಮ್ಮ ಸನಾವುಲ್ಲಾ
ಎಲ್ಲಿಗೊದ್ನೊ ತಿಳಿಲಿಲ್ಲ
ಎಡ್ಗೈಯಲ್ ಬೀಡಿ, ಬಲ್ಗೈಯಲ್ಲಿ ಕತ್ತಿ
ಹರಿದಿದ್ ಪಂಚೆ, ಮೊಣ್‌ಕಾಲ್‌ಗಂಟ ಎತ್ತಿ
'ಕ್ಯಾರೇ ಕಾಮಾನ್ಯೆಕ್ಯಾ' ಅಂಥ ಹೇಳ್ಕೊಂಡ್
ವಾರೇಗಣ್ಣಲ್ ಬುರ್ಕಾಕಣ್ಗಳ್ ನೋಡ್ಕೊಂಡ್
ಹೋದವ್ನಾ ಹೋಗೇ ಬಿಟ್ಟ
ದಾರಿಯಲ್ ಸಿಕ್ದ್‌ನಂತೆ ಭಟ್ಟ
ಯಾವ್ದೊ ಊರಲ್ ಫ್ರೀ ಅಕ್ಕಿ ಹಂಚ್ತಿದ್ರಂತೆ
ಸನಾ ಪಂಚೆ ತೂತಿಲ್ದಂಗೆ ಹಿಡ್ಕಂಬರಣ ಅಂತ ಹೊಯ್ತಿದ್ನಂತೆ
ದುಡ್ಕೊಂಡ್ ತಿನ್ನೊ ವಯ್ಸಲ್ ಫ್ರೀಗಾಸೆ ಪಡೋರು
ಫ್ರೀನೇ ದುಡ್ಮೆ ಮಾಡ್ಕೊಂಡ್ ವಯಸ್ ಕಳೆಯೋರು
ಎಲ್ಲರೂವೇ ನಮ್ಮೋರು

ಕೌತುಕದ ಛಾಯೆ

ಕಣ್ಣಲ್ಲಿದೆ ಕೌತುಕದ ಛಾಯೆ
ಅರ್ಥವಾಗದೆ ನೀ ಬೆಸೆದ ಮಾಯೆ
ಮಾತಿಲ್ಲದೇ ಕಣ್ಣಲ್ಲೇ ಹೋಯಿತು ಜೀವ
ಬೆಸೆಯುತ್ತಿದೆ ಹದವಾದ ಹೃದಯದ ನೋವ

ಬಿಗಿ ಹಿಡಿದಿರುವೆ ಈ ಉಸಿರನು
ಬಿಡಬೇಡವೇ ನೀ ನನ್ನನು
ಯುಗಾಂತರದಿಂದಿತ್ತೇನೋ ನಮ್ಮ ಸಂಬಂಧ
ಅನಿಸುತ್ತಿದೆ ನನಗೆ ಹೀಗೆ ಬೆಳಗಿಂದ
ನಿನ್ನ ನೋಡಿದ ಕೂಡಲೇ ಬಿದ್ದೆ
ಕೇವಲ ನಿಮಿಷಗಳಲ್ಲೇ ಹೃದಯ ಒದ್ದೆ
ಒರೆಸುವೆಯ ಎಂದು ಕೇಳುವ ಆತುರ
ಒಲ್ಲೆಯೆಂದರೇ ತಿರುಗಿ ನೋಡದೆ ಹೊರಡು.

ಬೆರಳಂಚಿನ ಜಗತ್ತು

ಜಗವ ಒಲಿಸುವ ಮನದೊಳು
ಹುಚ್ಚು ಹರಿದಾಡಿ ಕುಣಿದು
ಬೆರಳ ತುದಿಯ ಜಗವ
ಮೆದುಳಿಗಂಟಿಸಿ ಬರೆದನು
ಓದಿದವರು ನೊಂದರು ಬೆಂದರು
ಒಳಿತಾರಿಗಾಗಲಿಲ್ಲ ಜಗದಲ್ಲಿ
ಹೆಸರಿಟ್ಟುಕೊಂಡವರನೇಕ
ಹಂಚಿದರು ವಿಪರೀತ
ಸ್ವಂತಾಲೋಚನೆಯೆಂದರು
ಬರೆದವನು ಸತ್ತನು
ಏನೆಂದುಕೊಂಡಿದ್ದನೆಂಬುದನರಿಯದೆ
ಹರಿದಾಡಿದ ವಿಷಯವ ಮರೆತರು
ಸತ್ತು ಹೋಯಿತು ಒಂದು ಕಾಲಘಟ್ಟ
ಬೆರಳಂಚಿನ ಜಗತ್ತು ಮರೆಸಿತು
ದೇವರ ಸೃಷ್ಠಿಯ ಮೆರುಗ
ಅಳಿಸಿತು ಆಲೋಚನೆಯ ವಿವೇಕ
ಯಂತ್ರಗಳನ್ನುಪಯೋಗಿಸಿ ಯಂತ್ರಿಗಳಾದರು
ಸ್ವಂತಕ್ಕೆ ಬಾರದವರು, ಜನರು.

ನಿರಂತರ

ಪ್ರತಿ ಬಾರಿ ನಿನ್ನ ಹೃದಯದ ದಡಕೆ
ಬಂದು ಅಪ್ಪಳಿಸುವೆ ನಾ ಅಲೆಯಂತೆ
ಪ್ರತಿಯೊಂದು ಕ್ಷಣವೂ ನಿನ್ನ ಜೀವಕೆ
ಕೊಡುವೆ ನಾ ಪ್ರೀತಿ ಕಡಲಂತೆ
ನಿರಂತರ ನಿರಂತರ

ಕನಸಿನ್ನೂ ಬೆಳೆದು ಹೋಗಿದೆ ಮುಂಗಾರಿನ ಮಳೆಗೆ
ಚಿಗುರಿದ ಲತೆಯ ಹಾಗೆ
ವಯಸಿನ್ನು ಸ್ತಬ್ಧವಾಗಿದೆ ಕಾರ್ಮೋಡ ನೋಡಿ
ಬೆರಗಾಗಿ ನಿಂತ ಗಿರಿಯ ಹಾಗೆ
ಹನಿಯೊಂದು ಬಂದು ಬಿದ್ದಹಾಗಿದೆ ನಿನ್ನ ಮನದ
ತಾವರೆ ಮೇಲೆ
ತಂಗಾಳಿ ಬೀಸಿ ಬಂದು ಉಸಿರ ತಾಗಿ ತಾಗಿ ಹೇಳುತಿದೆ
ನಿರಂತರ ನಿರಂತರ.

ಕೊರೋನಾ

ಕೊರೋನಾ ಎಂಬ ವೈರಾಣು
ಮಾಡಿತು ಎಲ್ಲರ ಹೈರಾನು
ಬೂದಿ ಮುಚ್ಚಿದ ಕೆಂಡದಂತಿದ್ದ
ಪ್ರಕೃತಿಗೆ ತಂದಿತು ಬ್ಯಾಲೆನ್ಸು
ಆಳ ಅಳತೆಯಿಲ್ಲದೆ ಮೆರೆದ ಮನುಜರ
ಬೆವರಿಳಿಸಿತು ಕೊರೋನಾ ಸಡನ್ನು
ಅರ್ಧಕರ್ಧ ಜನಸಂಖ್ಯೆ ಇಳಿದರೆ
ಇಳೆ ಬಿಟ್ಟೀತು ಉಸಿರನ್ನು
ಏನೋ ಸಾಧಿಸಲು ಹೊರಟ ಮುಂದುವರಿದ
ಜನಾಂಗವು ಸಾಧಿಸುವುದೇನಿದೆ ಇನ್ನು
ಮರದ ನೆರಳಿಲ್ಲದ ರಸ್ತೆಗಳು
ತೇವವಿಲ್ಲದ ಕಾಂಕ್ರೀಟ್ ಭೂಮಿ
ನದಿಗಳಿಗಿಂತ ದೊಡ್ಡ ಮೋರಿಗಳು
ಗಿಡಗಳ ಉಸಿರುಗಟ್ಟಿಸುತ್ತಿರುವ ಕಾರ್ಖಾನೆಗಳು
ಹಣವನ್ನೇ ನಂಬಿ ಭೂಮಾತೆಯ ಹೊಟ್ಟೆ
ಬಗೆದ ನರಮಾನವರ ಇರಿಯಲು
ಬಂದೆಯಾ ಕೊರೋನಾ..?
ಹೇಳು ಇದು ನಿಜಾನಾ..?

ನಡುವಿನ ತಿಳಿಗೆಂಪು ಬಣ್ಣ

ಸಂಜೆಯ ಹೊತ್ತಲಿ ನಿನ್ನ
ನಡುವಿನ ತಿಳಿಗೆಂಪು ಬಣ್ಣ
ನೋಡಿ ನಡೆಯದೆ ನಿಂದ
ಹೃದಯಕ್ಕೆ ನೇರ ಕನ್ನ

ಕೆಂಪು ಮಣ್ಣು ಕಪ್ಪಾಗಿರಲು
ಧೂಳು ಎದ್ದು ನಲಿಯುತಿರಲು
ಸೂರ್ಯ ಮಲಗೋ ಸಮಯದಲ್ಲಿ
ಹುಟ್ಟಿತು ಒಲವು ನನ್ನ ಮನಸಿನಲ್ಲಿ

ನಿಂದನೆ ಕೇಳಬಹುದು
ವೇದನೆ ತಡೆಯಬಹುದು
ವಂಚನೆ ಸಹಿಸಬಹುದು
ಭಾವನೆ ಹಂಚಲಾಗದು

ಎದೆಯ ಭಾರ ಅಳಿಲಾಗದು
ಮನದ ಆಸೆ ತೋರಲಾಗದು
ನೋಡಿ, ಸಂಜೆ ಹೊತ್ತಲಿ ನಿನ್ನ
ನಡುವಿನ ತಿಳಿಗೆಂಪು ಬಣ್ಣ

ಸ್ಕೀಮ್‌ಗಳು

ಚದುರಿದ ಮೋಡದ ಹಾಗೆ ನನ್ನ ಸ್ಕೀಮ್‌ಗಳು
ಓಡಬಹುದು, ಕರಗಬಹುದು ಅಥವಾ ಸುರಿಯಬಹುದು
ಒಲೆಯ ತುದಿಯಲ್ಲಿ ಬರುವ ಹೊಗೆಯ ಹಾಗೆ ನನ್ನ ಪ್ರಯತ್ನ
ಎತ್ತರ ಏರಲಾಸೆಯಿದ್ದರೂ ಕರಗಿ ಬೆರೆತು ಹೋಗುವುದು
ಮಳೆಗಾಲದಲ್ಲರಿಯುವ ತೊರೆಯ ಹಾಗೆ ನನ್ನ ದಾರಿ
ಜಾಗ ಸಿಕ್ಕಕಡೆ ನುಸುಳಿ ನುಸುಳಿ ಚರಂಡಿಗೊ ನದಿಗೊ ಸೇರಬಹುದು
ಗಾಳಿಗ್ಹಾರುವ ಬಾವುಟದ ಹಾಗೆ ನನ್ನ ನಿಲುವು
ಎತ್ತ ಬೀಸಿದರತ್ತ ಬಲವಿದ್ದವನ ಕಡೆಗೆ ತಿರುಗುವುದು
ನೆಲದ ಮೇಲೆ ಬಿದ್ದ ಮರುಳಿನ ಕಾಳಿನ ತರಹ ನನ್ನ ನಂಬಿಕೆ
ಗಾಳಿಗೊ ನೀರಿಗೊ ಕಾಲ್ನಡಿಗೆಗೊ ಹಾರಿ ಸರಿಯುವುದು
ಎಲ್ಲೆಲ್ಲಿಯೂ ಬೆಳೆವ ಕಳೆಯ ಹಾಗೆ ನನ್ನ ಮನಸ್ಸು
ಎಷ್ಟೇ ಕಷ್ಟವಿದ್ದರೂ ಯಾವುದೇ ಜಾಗವಿದ್ದರೂ ಬೆಳೆದು ನಿಲ್ಲಬಹುದು

ದಸರಾ

ಸರಸ್ವತಿಯನ್ನು ಒಲಿಸಿ
ದುರ್ಗಾಸ್ವರೂಪದ ಧೈರ್ಯವ ತಾಳಿ
ಮನಸ್ಸನ್ನೇ ಆಯುಧವಾಗಿಸಿ
ವಿಜಯವನ್ನು ಸಾಧಿಸಿ
ನಮ್ಮನ್ನು ನಾವು ಕಂಡುಕೊಳ್ಳುವುದೇ
ದಸರಾ ಹಬ್ಬದ ವಿಶೇಷ

ಸೂರು

ಬೇಕೊಂದು ಮನೆಯೆಂಬ ಸೂರು
ಸ್ವಂತ ಬೋರು
ಮುಂದೆ ರಸ್ತೆ ಡಾಂಬರು
ಎರಡಂತಸ್ತಿನ ಅರಮನೆ
ಇರಬೇಕು ಜಾಗ ನಿಲ್ಲಿಸಲು ಕಾರು
ನೋಡಿದವರೆಲ್ಲ ಕಣ್ಣು ಬಿಡಬೇಕು
ದಾರಿಹೋಕರು ತಿರುಗಿ ನೋಡಬೇಕು
ಮಕ್ಕಳಿಗೋದೋಕೆ ಕೊಠಡಿಯಿರಬೇಕು
ಉಣ್ಣಲು ಮೇಜಿರಬೇಕು
ಊದ್ದುದ್ದನೆಯ ಕನ್ನಡಿ
ಈಜಲು ಈಜುಕೊಳವಿರಬೇಕು
ಸಂಜೆಯಾದರೆ ಲೈಟು ಝಗಮಗಿಸಬೇಕು
ಮಳೆ ಬಂದರೆ ನೀರು ಕೊಯ್ಲಾಗಬೇಕು
ಸುತ್ತಲೂ ಹಸಿರು ಹೆಚ್ಚಾಗಿರಬೇಕು
ನನಗೊಂದು ನನ್ನದೇ ಮನೆಯಿರಬೇಕು
ಪೌರಕಾರ್ಮಿಕನೊಬ್ಬ ನಾನು
ಯಾರಾದರೂ ನನ್ನನ್ನು "ಮಾರ" ಎಂದೆ ಕರೆವನು
ನಿತ್ಯ ದೊಡ್ಡ ದೊಡ್ಡ ಮನೆಯಿರುವ
ಕಾಲೋನಿಯಲ್ಲಿ ಈಸಿಕೊಳ್ಳುವೆ ಕಸವನ್ನು
ಶೇಖರಪ್ಪನವರ ಟೀವಿ, ನಂಜಪ್ಪನವರ ಮಿಕ್ಸಿ
ಯಾರ್‍ಯಾರೋ ಕೊಟ್ಟ ಮಿಕ್ಕ ಕೆಟ್ಟ ಸಾಮಾನು
ತೆಗೆದುಕೊಂಡು ಸರಿಪಡಿಸಿ, ಮಾರಿ

(ಮುಂದುವರಿಯುತ್ತದೆ)

ಅವ್ವ

ತುಸು ಸಂಬಳದಿಂದ ಬದುಕು ನಡೆಸುತ್ತಿರುವೆನು
ಯಾರಿಗೋ ಹುಟ್ಟಿ ಎಲ್ಲಿಯೋ ಬೆಳೆದು
ಏನೋ ತಿಂದು ಸಿಕ್ಕದ್ದೆಲ್ಲ ಕುಡಿದು
ಹಸಿವಿಗೆ ಹತ್ತಿರವಾಗಿ ಬಡತನವು ಸೆಳೆದು
ಕೇರಿ ಮೋರಿಗಳಲ್ಲಿ ದುಡಿದು
ವಾಸನೆ ಗೊತ್ತಿಲ್ಲದ ಮೂಗು ನಾಲಿಗೆ ಹಿಡಿದು
ಬೆಳಗಾದರೆ ರಾತ್ರಿ ಉಳಿದ ಮಾಂಸ ತಿಂದು
ಸಂಜೆಯಾದರೆ ಯಾರೋ ದಯಪಾಲಿಸಿದ ಹೆಂಡ ಕುಡಿದು
ಮನೆಯಲ್ಲಿ ಹೆಂಡತಿ ಮಕ್ಕಳನ್ನೊಡೆದು
ಮಧ್ಯರಾತ್ರಿ ಅತ್ತು ಅವರನ್ನೇ ನೆನೆದು
ಮತ್ತೆ ಬೆಳಗಾದರೆ ಕೆಲಸಕ್ಕೊರಡುವೆ ಎದ್ದು
ನನ್ನ ಕನಸೊಂದೇ ಅದು
ಬದುಕಲು ಸೂರು ಬೇಕೆಂದು.

ಕನ್ನಡ

ಸಸ್ಯರಾಶಿಗೆ ಸೂರ್ಯನು ಪ್ರಾಣ
ಜೀವಕೋಶಕೆ ಉಸಿರು ಪ್ರಾಣ
ಸಂಬಂಧಗಳುಳಿಸಲು ಪ್ರೀತಯೇ ಪ್ರಾಣ
ನೆಮ್ಮದಿ ಮೂಡಲು ಶಾಂತಿಯೇ ಪ್ರಾಣ
ನನ್ನ ನುಡಿ, ಬರಹ, ನಡತೆಗೆ ಕನ್ನಡವೇ ಪ್ರಾಣ

ಗೆಳತಿ

ಮೊದಲಿನಂತೆ ನಾನಿಲ್ಲ ಎಂದು ಹೇಳುತ್ತಿದ್ದಾಳೆ ಗೆಳತಿ
ನೆಟ್ಟಗಿದ್ದವನನ್ನ ತಿದ್ದಿ ತಿದ್ದಿ ಬದಾಲಾಯಿಸಿದವಳ ಹೆಸರೇ ಪ್ರಣತಿ
ಏಕಾಂತದಲ್ಲಿ ಗಲೀಜಾಗಿದ್ದವನು ನಾನು
ಏನು ಪಡೆಯಬಹುದೆಂದರಿಯದೇ ಆದೇ ಕ್ಲೀನು
ಸಂಬಂಧ ಬೆಳೆಸಲು ಹೋಗಿ ಮಾಡಿದೆ ಕಟಿಂಗ್ ಶೇವಿಂಗ್
ಈಗ ನನ್ನ ಜೇಬು, ಬ್ಯಾಂಕು ಖಾತೆ ಒಡ್ಡಾಡುತ್ತಿದೆ ಇಲ್ಲದೆ ಸೇವಿಂಗ್
ಯಾರನ್ನಾದರೂ ಮೇಲಿಂದ ಕೆಳಗೆ ನೋಡುವ ಸ್ವಾತಂತ್ರ್ಯವಿತ್ತು ಬಾಳಲಿ
ಈಗೆ ಮನಸ್ಪೂರ್ವಕವಾಗಿ ನೋಡಲಾಗುತ್ತಿಲ್ಲ ಒಂದು ಸಿನಿಮಾ ಇರುಳಲ್ಲಿ
ಹರೆಯರಲ್ಲಿ ಪ್ರೀತಿಯೋ, ವ್ಯಾಮೋಹವೋ, ಕಾಮವೋ ಅರಿಯಲಾಗುತ್ತಿಲ್ಲ
ಪ್ರೀತಿ ಉಕ್ಕಿ ಗೆಳತಿ ದೊರಕಿದ ಮೇಲೆ ಬಂಧುಸ್ನೇಹಿತರೊಡನೆ ಬೆರೆಯಲಾಗುತ್ತಿಲ್ಲ
ಬಟ್ಟೆ ಹೊಸದಿದ್ದಾಗ ಎತ್ತಿ ಎತ್ತಿ ಒಗೆಯುತ್ತಿದ್ದನಂತೆ ಅಗಸ
ಪ್ರೀತಿ ಹಳೆಯದಾದಾಗ ಆಗುವ ಭಾವವೇ “ತಲೆ ಮೇಲೆ ಬಿದ್ದಂತೆ ಆಗಸ”

ಹೊಟ್ಟೆ ಹಸಿವು

ಹಸಿದಿಲ್ಲ ಹೊಟ್ಟೆ ಇಂದ್ಯಾಕೋ ಗೊತ್ತಿಲ್ಲ
ಈಗಷ್ಟೆ ಬಂದೆ ಮನೆಗೆ ಯಾರೂ ಎದ್ದಿಲ್ಲ
ಬಾಗಿಲು ತೆಗೆದು ಮಲಗಿದ್ದರು
ಏಳಲಿಲ್ಲ ಯಾರೂ ನಾನು ಲೈಟಾಕಿದರೂ
ಇಂದು ಶುಕ್ತವಾರ, ಅಮವಾಸ್ಯೆ ರಾತ್ರಿ
ಆದರೆ ನನ್ಮಸ್ನಲ್ಲಿ ಇವತ್ತು ಯುದ್ಧ ಖಾತ್ರಿ
ನಾನು ನಂಜುಂಡಸ್ವಾಮಿ, ಅಟೆಂಡರ್ ಕೆಲ್ಸ
ಮೂರು ಮಕ್ಕಳು ಮೇಘನ, ಅನುಷ, ಲಾಸ್ಯ
ದೊಡ್ಡವಳು ನನ್ನ ಮುದ್ದು ಮಗಳು ಮೇಘನ
ಅವಳು ಹುಟ್ಟಿದಾಗ ಜಯಿಸಿದ್ದು ಮರಣ
ಜೀವ ಬಂದರೂ ಬುದ್ಧಿ ಬರಲಿಲ್ಲ
ಬುದ್ಧಿಮಾಂದ್ಯೆ, ಮಾತು ಬರೋದಿಲ್ಲ
ಕೂಗುವಳು, ಕಷ್ಟಪಟ್ಟು ಅಪ್ಪ ಅಮ್ಮ ಅನ್ನುವಳು
ಅವಳ ಸರಿಪಡಿಸಲು ಶ್ರಮಿಸಿದೆ ನಾ ಹಗಲಿರುಳು
ಹೆಗಲಿಗೆ ಹೆಗಲಿಟ್ಟು ನಿಲ್ಲಬೇಕಾದವಳು
ಇಪ್ಪತ್ತಾದರೂ ಮಾತು ಮನವರಿಕೆಯಿಲ್ಲದೆ ಬರೀ ನಗುವಳು
ಎಷ್ಟು ದಿನಗಳಾದರೂ ಹಬ್ಬವಿಲ್ಲ ಸಿಹಿ ಊಟವಿಲ್ಲ
ದುಡಿಮೆ ಸಾಸಿವೆಯಾದರೆ ಸಮಸ್ಯೆಗಳು ಚಿಕ್ಕವಲ್ಲ
ಅಷ್ಟರಲ್ಲಿ ನನ್ನ ಬಾಳ ಸಂಗಾತಿ ಕುಸಿದಳು
ಬಾಯಲ್ಲಿಟ್ಟ ಅನ್ನ ನುಂಗಲು ಅಳುತ್ತಿದ್ದಳು
ಇದ್ದ ದುಡ್ಡಲ್ಲಿ ಅಲ್ಲಿ ಇಲ್ಲಿ ತೋರಿಸಿದೆನು
ಉಪಯೋಗವಾಗಲಿಲ್ಲ, ಪರಿಹಾರವಿಲ್ಲ ಇನ್ನೇನು

(ಮುಂದುವರಿಯುತ್ತದೆ)

ಅವ್ವ

ದೊಡ್ಡಾಸ್ಪತ್ರೆಯಲ್ಲಿ ತೋರಿಸಿದರೆ ಗಂಟೆಂದರು
ಸಾವಿರಾರು ರೂಪಾಯಿ ಖರ್ಚುಮಾಡಿಸಿ ಕ್ಯಾನ್ಸರ್ ಎಂದರು
ಸದ್ದಿಲ್ಲದೆ ಎದೆ ನಿಂತು ಹೋಯಿತೆಂದುಕೊಂಡೆ
ಆಕಾಶದೆಡೆ ನೋಡಿ ಕಣ್ಣೀರ ನುಂಗಿಕೊಂಡೆ
ಆಕೆಗೇನು ಹೇಳಲಿಲ್ಲ, ಔಷಧ ಕುಡಿದರೆ ಸರಿಯಾಗುತ್ತೆಂದೆ
ಮನೆಗೆ ಬಂದು ಆಕೇನ ಬಿಟ್ಟೋನು
ದಾರಿ ತೋಚದೆ ಬಾರಿನೆಡೆ ಹೊರಟೆನು
ಇದ್ದ ಬಿಡಿಗಾಸಿನಲ್ಲಿ ಅಗ್ಗದ ಮದವೇರಿಸುವ ವ್ಹಿಸ್ಕಿ ಕುಡಿದೆನು
ಪಕ್ಕದಲ್ಲಿತ್ತೊಂದು ಪಡ್ಡೆಹುಡುಗರ ಗುಂಪೊಂದು
ಯಾವುದೇ ಚಿಂತೆಯಿಲ್ಲದೆ ಹಣದ ಭಾರವರಿಯದೆ
ನಾಳೆಯಿಲ್ಲದ ರೀತಿ ಏರಿಸುತ್ತಿದ್ದರು ಪೆಗ್ಗು ಒಂದರಮೇಲೊಂದು
ಅವರ ನೋಡಿ ನನಗೆ ನಾನೇ ನೆನಪಾದೆನು
ಓದುವ ದಿನಗಳಲ್ಲಿ ಶಿಸ್ತಿನಿಂದಿದ್ದರೆ ನಾನು
ಇಂದು ಸ್ವಲ್ಪ ಕಡಿಮೆ ನೋವಾಗುತ್ತಿತೆಂದೆನಿಸಿತು
ದುಡ್ಡು ವಿದ್ಯೆ ಸಾವನ್ನು ಗೆಲ್ಲಲಾರವು
ಆದರೆ ಅದರ ತೀವ್ರತೆ ತಗ್ಗಿಸಬಲ್ಲದು
ಕಣ್ಣೀರೇ ತುಂಬಿ ಹೊಟ್ಟೆ ಹಸಿವಿಲ್ಲ
ಮನೆಗೆ ಬಂದರೆ ಯಾರೂ ಎದ್ದಿಲ್ಲ.

ಕೊರೋನಾ ರಾವಣ

ಅಂದಿನ ರಾವಣನೇ ಇಂದಿನ ಕೊರೋನಾ
ರಾಮ ಪ್ರಜ್ಞೆಯೇ ನಮ್ಮೆಲ್ಲರ ಬಾಣ
ಒಟ್ಟಾಗಿ ನಾವೆಲ್ಲರೂ ಹೋರಾಡೋಣ
ಕೊರೋನ ತಡೆಗಟ್ಟಲು ಎಲ್ಲಾರು ಮನೆಯಲ್ಲಿರೋಣ

ಶಿವಂ

ಧರಿತ್ರಿ ಪ್ರಕೃತಿ ಆಕಾಶಂ
ಸಸ್ಯ ರಾಶಿ ಮನುಕುಲಂ
ಜನನಂ ಜೀವಿತಂ ಮರಣಂ
ಆದಿ ಏವಂ ಅಂತ್ಯಂ
ಸರ್ವಂ ಶಿವಮಯಂ

ಅಪ್ಪ

ನೇಸರನಂತೆ ನಮ್ಮ ಅಪ್ಪನು
ಎಂದಿಗೂ ಭೂಮಿಯಂತೆ ನನ್ನ ಪ್ರೀತಿಸುವನು
ಬಿಸಿಲಧಗೆಯ ಹಾಗೆ ಶಿಸ್ತನ್ನು ಕಲಿಸಿ
ಚಂದಿರನ ಬೆಳದಿಂಗಳಂತೆ ಪ್ರೀತಿಯನ್ನು ಹಂಚುವನು
ಸಸ್ಯಗಳ ಉಸಿರಂತಿರುವ ಬಿಸಿಲನ್ನು
ಸಂಸ್ಕಾರವೆಂಬ ಪಾಠದಲ್ಲಿ ಉಣಿಸುವನು
ಬೆಳಕಿನಷ್ಟೇ ಮುಖ್ಯವು ನನ್ನ ತಂದೆಯ ಹೆಸರು
ಅವನಿಲ್ಲದೆ ಈ ಜೀವನ ಕರಿಗತ್ತಲು
ನಾನಿರುವವರೆಗೂ ನನ್ನ ಅಪ್ಪನೂ ಇರುವನೂ
ನನ್ನ ಉಸಿರಲ್ಲಿರುವ ಧೈರ್ಯವೂ ಅವನೇ
ಹುಟ್ಟಿಸಿದವರೆಲ್ಲರೂ ತಂದೆಗಳಾಗುವುದಿಲ್ಲ
ತಂದೆಯೆನಿಸಿಕೊಂಡವರಿಗೆ ಮಕ್ಕಳೇ ಆಗಬೇಕೆಂದಿಲ್ಲ.

www.ingramcontent.com/pod-product-compliance
Lightning Source LLC
La Vergne TN
LVHW040119210825
819220LV00036B/913
* 9 7 8 9 3 9 0 0 2 5 7 3 2 *